இணை பிரபஞ்சத்தில் தென்புலத்தார்

தமிழ் கலை

ISBN 979-888591020-0

சமர்ப்பணம்

அறிவியலின் ஆற்றலுக்கும் அன்பின் ஆழத்திற்கும்
சமர்ப்பிக்கிறேன்.

பொருளடக்கம்

நன்றி

மனமார்ந்த நன்றிகள்
Mr GK

1

இணை பிரபஞ்சத்தில் தென்புலத்தார்

உள்ளடக்கம்

- இணை பிரபஞ்ச கோட்பாடு
- புதுப் புது கண்டங்கள்
- ஒருவேள இருக்குமோ?!
- செந்தமிழ் விண்வெளி ஆய்வு மையம்(Chentamizh Space Research Organisation-CSRO)
- அன்று காதல் பண்ணியது
- பொங்கலோ பொங்கல்..!
- அன்பு ஒன்றுதான் ஆழமான உண்மை

இணை பிரபஞ்ச கோட்பாடு

அறிவியலின் ஆழமென்பது நாம் கற்பனை செய்து பார்க்க முடியாத அளவிற்கு அவிழ்க்க முடியாத புத்துயிர் தந்து கொண்டிருக்கும் புதிராக மனித மூளையின் பார்வைக்கு கரை தென்படாத கடலாக விரிவடைந்து சென்று கொண்டேயிருக்கிறது. இதுநாள் வரை அறிவி-யலில் நிரூபிக்கப்பட்ட, நிரூபிக்கப்படாத, நிரூபிக்கப்படவுள்ள அல்லது நிரூபிக்கப்படவுள்ள கோட்பாட்டு வரிசையில் நிலுவையிலுள்ள கோட்பாடுகள் என்று எத்தனையோ கோட்பாடு-கள் நம்மை விழி பிதுங்க வைத்து ஆச்சரியக்குறிகளை நம் அடிமனதில் வேரூன்றி உச்சி மண்டையில் மெய் சிலிர்ப்பை உணரச் செய்துள்ளன. அப்படிப்பட்ட ஆழமான அறிவிய-லின் ஒரு கோட்பாடு தான் இணை பிரபஞ்சம்(PARALLEL UNIVERSE, PARALLEL

WORLD, MULTIVERSE etc). முதலில் இணை பிரபஞ்சம் என்றால் என்னவென்று கேட்பவர்களுக்கு பிரபஞ்சத்தைப் பற்றிய அறிமுகத்திலிருந்து ஆரம்பிக்க எளிதாக இருக்கும்.

நாம் பூமி எனும் ஒரு கிரகத்தில் இருக்கிறோம். நம் பூமியை நமது துணைக்கோளான நிலா சுற்றி வருகிறது, ஒவ்வொரு நிலாவும் தனக்குரிய கிரகத்தைச் சுற்றுகிறது, ஒவ்வொரு கிரகத்தையும் சூரியனையும் விண்கற்கள் சுற்றுகிறது, நமது பூமி ஒரு நொடிக்கு 29.8கிலோ-மீட்டர் வேகத்தில் சூரியனைச் சுற்றுகிறது, கிரகங்கள் அனைத்தும் சூரிய நட்டத்திரத்தைச் சுற்றுகிறது, சூரிய குடும்பம் கோடிக்கணக்கான நட்சத்திரங்களை உடைய பால்வழி அண்-டத்தை(MILKYWAY GALAXY) ஒரு நொடிக்கு 200கிலோமீட்டர் வேகத்தில் சுற்றுகிறது, பால்வழி அண்டம் பல நட்சத்திரக் குடும்பங்களுடன் கூட்டத்தோடு கூட்டமாக நொடிக்கு 270கிலோமீட்டர் வேகத்தில் இந்த பிரபஞ்சத்தை சுற்றி வருகிறது. நமது சூரியன் உலாவிக் கொண்டிருக்கும் பால்வழி அண்டமும் நமக்கு அருகிலிருக்கும் ஆண்ட்ரோமேடா அண்ட-மும்(ANDROMEDA GALAXY) ஒன்றை ஒன்று மோதிக் கொள்ளவிருக்கிறது என்பதை விஞ்ஞானிகள் கண்டறிந்துள்ளனர். இதுதான் நாம் வாழும் பிரபஞ்சம்.

அறிவியலின் பார்வையில் $(10^{10})^{120}$ என்ற ஒளியாண்டுகள் தொலைதூரத்தில்

(ஒரு ஒளியாண்டு என்பது ஒளி ஒரு ஆண்டில் செல்லக் கூடிய தொலைவைக் குறிக்-கிறது. வெற்றிடத்தில் ஒளியை விட வேகமாக பயணிக்க வேறெதுவுமில்லை. அப்பேற்பட்ட ஒளியின் வேகம் ஒரு நொடிக்கு மூன்று லட்சம் கிலோமீட்டர். தோராயமாக ஒரு ஆண்-டிற்கு 31536000 விநாடிகள். இதனுடன் ஒரு நொடியில் ஒளியின் பயண தூரமான மூன்று லட்சம் கிலோமீட்டரை பெருக்கினால் கிடைக்கும் தூரமிது 9.46080000E12 ஒரு ஆண்-டிற்கே ஒளியானது பயணம் செய்யும் தூரத்தை கற்பனை செய்ய கஷ்டமாக இருக்கும்போது நம் சிந்தனைக்கு அப்பாற்பட்ட $(10^{10})^{120}$ ஒளியாண்டுகளை கடந்து சிந்தனை தொடாத தொலைவில் இருக்கிறது நம் இணை பிரபஞ்சம்)

நம் பால்வழி அண்டம் போல, நமது சூரிய குடும்பம் போல, நம்முடைய கிரகம் பூமியைப் போல, அதற்குள் நம்மைப் போல, உங்களைப் போல என்னைப் போல நாம் இந்த பிரபஞ்-சத்தில் இந்த கிரகத்தில் செய்ய முடியாத, செய்ய நினைத்து நடவாத விஷயங்களெல்லாம் வேறொரு உலகில் நிகழ்ந்து கொண்டிருக்க முடிவற்ற(INFINITE) வாய்ப்புகள் உள்ளதாக அறிவியல் அறிஞர்கள் சில சோதனைகளின் விளைவுகள் மூலமாக நம்புகிறார்கள். கேட்-பதற்கு விச்சித்திரமாக இருந்தாலும் அறிவியலின் போக்கில் அவ்வாறு நிகழ வாய்ப்புள்ளது என்பதே உண்மை.

அறிவியல் அறிஞர் அல்பர்ட் ஜன்ஸ்டீன் தன்னுடைய கருந்துளை(BLACK HOLE) கோட்பாட்டை முன்வைத்து இப்பிரபஞ்சத்தில் கருந்துளைகள் இருக்க வாய்ப்புள்ளது என்று கூறி கிட்டத்தட்ட நூறு ஆண்டுகளுக்கு பிறகு தான் அதிநவீன தொலைநோக்கியின் மூலம் கருந்துளையை விஞ்ஞானிகள் படம்பிடித்து இவ்வுலகிற்கு கருந்துளையின் இருப்பை நிரூ-பித்துக் காட்ட முடிந்தது. அதுபோல இணை பிரபஞ்சத்தின் சாத்தியக்கூறுகள் குறித்து முதன்முதலில் தன் கருத்தை முன்வைத்தவர் அறிஞர் எர்வின் ஸ்க்ரோடிஞ்சர்(AUSTRIAN PHYSICIST ERWIN SCHRODINGER). எதிர்காலத்தில் அதற்கான ஆய்வுகள் துரித முறையில் மேற்கொள்ளப்பட்டு நிரூபிக்கப்படலாம். அறிஞர் ஸ்டீபன் ஹாக்கிங் தன்னுடைய இறுதிக்காலத்தில் இணை பிரபஞ்சத்தை பற்றிய ஆய்வுகள் மேற்கொண்டு ஒரு கூற்றை

முன் வைக்கிறார். அது என்னவென்றால் ஒரு பிரபஞ்சத்திற்கும் இன்னொரு பிரபஞ்சத்திற்-கும் இணைப்புப் பாலமாக பரவெளி அனுமான இணைப்பு/புழுத்துளைகள்(WORMHOLE) இருக்குமாயின் ஒரு பிரபஞ்சத்திலுள்ள ஒரு கருந்துளைக்குள் செல்லும் விஷயங்கள் இன்னொரு பிரபஞ்சத்திற்கு தன்னுள் உள்வாங்கிய விஷயங்களை கடத்திச் செல்லும். அதுவே இணை பிரபஞ்சம் அல்லது முடிவில்லா பிரபஞ்சங்கள். அதன் உமிழ்வு வெண்-துளை(WHITE HOLE) மூலமாகவும் நிகழலாம் என்பது வேறொரு கூற்று.

"இணை பிரபஞ்சத்தில் தென்புலத்தார்" அறிவியல் புனைகதையாக இருந்தாலும் அறி-வியலுக்குள் மாற்றத்திற்கு உட்பட்ட தொன்மையான கலாச்சாரத்தின் ஊடுறுவலை சுற்றி காட்டவிருக்கிறது. இது தொடர்கதை என்பதால் சில அறிவியல் விளக்கங்கள் உங்கள் எதிர்-பார்ப்புகளை நிறைவேற்றும் வகையிலும் அனைத்து வாசகர்களும் புரிந்து கொள்ளும் வகை-யிலும் இருக்கவேண்டி கொஞ்சம் கொஞ்சமாக விளக்கம் தரப்பட்டுள்ளது. சில கோட்பா-டுகளுக்கு விளக்கம் தரபடவில்லை. எல்லா விளக்கங்களும் ஒரே நேரத்தில் தரப்பட்டால் அது கடினமாக இருக்கும் என்பதால் அடுத்தடுத்த கதையின் தொடர்ச்சியில் விளக்கங்கள் எளிதாக புரியும்படி அமையும்.

புதுப் புது கண்டங்கள்

பூமியில் கண்டங்களின் வரலாறு என்பது நாளுக்கு நாள் புதிதாக அறிந்து கொள்ளப்பட்டு வருகிறது. பல கோடி ஆண்டுகளுக்கு முன்பு ஒரே நிலப்பரப்பாக இருந்த மாபெரும் கண்-டம்(SUPER CONTINENT) தான் டெக்டானிக் தட்டுகள்(TECTONIC PLATES) மிக மிக மெதுவாக நகருவதின் காரணமாக பிளந்து பிரிந்து(CONTINENTAL DRIFT) இன்று ஏழு கண்டங்களாகவும் அதில் ஒரு கண்டத்தை தவிர மற்ற ஆறு கண்டங்களில் மனி-தர் வாழும் சூழ்நிலையும் உள்ளது. பல புவியியல் அறிஞர்களின் முயற்சிக்குப் பின் எட்-டாவதாக ஒரு கண்டம் இருந்ததற்கான ஆதாரங்கள் கிடைத்திருக்கிறது. ஆஸ்திரேலிய அல்லது ஓசானிய கண்டத்திற்கு (AUSTRALIA/OCEANIA) அருகில் இருக்கும் இன்-றைய நியூசிலாந்தை(NEW ZEALAND) வெறும் ஏழு சதவீதமாக தன் உச்சியில் சுமந்து கொண்டு மீதம் தொண்ணூற்று மூன்று சதவிகித நிலப்பரப்பை கடலுக்கு அடியில் மறைத்து வாழுந்து கொண்டிருக்கும் சீலாண்டியா(ZEALANDIA). நியூசிலாந்து என்பது சீலாண்டியா கண்டத்தின் மேற்பகுதிதான். அங்கு உயிரினங்கள் வாழ்ந்ததற்கான எச்சங்கள் கிடைக்குமா என்று அறிஞர்கள் தேடி வருகின்றனர். அதேபோல் மொரீசியஸ்(MAURITIUS) தீவிற்கு பின்னும் சில மர்மங்கள் ஒளிந்திருப்பதாக விஞ்ஞானிகள் கணிக்கின்றனர். மொரீசியஸ் தீவிற்கு கீழும் ஒரு நிலப்பரப்பு கடலுக்கு அடியில் இருப்பதை கண்டறிந்து அதற்கு மொரீ-சியா(MAURITIA) எனவும் பெயரிட்டுள்ளனர். இப்போதுவரை ஏழு கண்டங்களைத் தவிர இரு நிலப்பரப்புகள் கடலுக்கடியில் புதைந்திருப்பதாக கூறும் அறிவியல் குமரிக் கண்டத்தை பற்றி என்ன கூறுகிறது என்று பார்த்தால்...

குமரிக் கண்டம் இருப்பதற்கான வாய்ப்புகள் இருக்கிறதென்றே அறிவியல் கூறுகிறது.

இன்று நாம் காணும் குமரிக் கண்டத்தின் வரைபடம் லெமுர்(LEMUR) எனும் உயிரி-னத்தின் எச்சங்களை காரணிகளாக கொண்டு வரையப்பட்டது. பத்தொன்பதாம் நூற்றாண்டில்

சில ஐரோப்பிய அறிஞர்கள் லெமுர் எனும் உயிரினத்தின் எச்சம் ஆப்பிரிக்காவின் மதகாஸ்-கரிலும் ஆஸ்திரேலியாவிலும் இந்திய துணைக்கண்டத்திலும் இருப்பதை கண்டறிந்தனர். உலகில் உள்ள நிலப்பரப்புகளில் மூன்று இடங்களில் மட்டும் காணப்படும் இவ்வுயிரினத்தின் எச்சம் எங்கு குழப்பத்தை தருகிறது என்று கேட்டால், அது கிடைத்திருக்கும் மூன்று இடங்-களுக்கு நடுவே நிலப்பரப்பே இல்லையென்பதும், இந்த மூன்று நிலப்பரப்புகளுக்கு இடையே இருப்பது இந்தியப் பெருங்கடல் என்பதும் வியப்பை உண்டாக்குகிறதல்லவா. மதகாஸ்கருக்-கும் இந்திய துணைக்கண்டத்திற்கும் ஆஸ்திரேலியாவிற்கும் இடையே இருக்கும் இந்தியப் பெருங்கடலை லெமுர் நீந்தி கடக்க சாத்தியமில்லை என்றும் நிச்சயம் இந்த நிலப்பரப்புகளை இணைக்கும் ஒரு நிலப்பரப்பு இருந்திருக்க வேண்டும் என்றும் அது தற்போது கடலுக்-கடியில் மறைந்திருக்க வேண்டும் என்ற முடிவுக்கு வருகின்றனர். லெமுர் எனும் உயிரி-னத்தின் காரணமாக அனுமானிக்கப்பட்டதால் அதற்கு லெமுரியன் கண்டம்(LEMURIAN CONTINENT) என்று பெயர் வைத்தனர்.

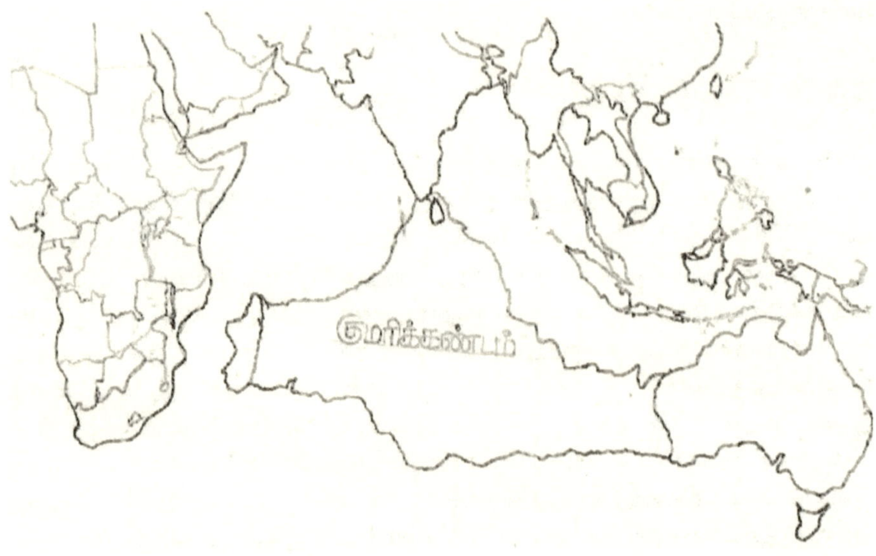

ஆனால், நாம் நினைப்பது போல அது மாபெரும் கண்டமாக மதகாஸ்கர், இந்தியா மற்றும் ஆஸ்திரேலியாவை இணைக்கும் பெரிய நிலப்பரப்பாக இருந்திருக்க வாய்ப்பில்லை எனவும், தமிழர்கள் கூறும் குமரிக் கண்டமானது மதகாஸ்கரிலிருந்து இந்தியா வரை உள்ள இந்தியப் பெருங்கடல் பகுதியில் சிறு சிறு தீவுகளாக உடைந்து இருந்திருக்க வாய்ப்புள்ளது எனவும் இன்றைய அறிவியல் கூறுகிறது. இனிவரும் காலங்களில் அந்த கூற்று மாறலாம் அல்லது மாறாமலும் இருக்கலாம். இப்படி இருக்கையில் அதே அறிவியல் குமரிக் கண்டம் நாம் நினைப்பது போல மாபெரும் கண்டமாக இருக்கும் வாய்ப்பையும் தருகிறது தன் இணை பிரபஞ்ச கோட்பாடு மூலமாக. ஆக அறிவியலை மூலக்கூறாக எடுத்து கொண்டு அதில்

இருக்கும் வாய்ப்பை கற்பனை ஆசையில் கலந்து கதையாக உருவானதுதான் இணை பிர-பஞ்சத்தில் தென்புலத்தார்.

இவ்வளவு தூரம் செயற்கை கோளின் தொழில்நுட்ப வளர்ச்சி அதிவேகமாக முன்னேறி-னாலும் மனிதர்களால் ஏன் ஆழமான கடல் பகுதிகளை ஆராய்ச்சி செய்வதில் முன்னேற்றம் காணமுடியவில்லை என்ற வினா உங்களுக்குள் எழுந்திருக்கும்.

அதற்கான பதில், மனிதனால் உருவாக்கப்பட்ட செயற்கைகோள் வாயே-ஜர்1&2(VOYAGER1&2) சூரிய குடும்பத்திலுள்ள கோள்கள், துணைக் கோள்கள், விண்-கற்கள், குய்ப்பர் பெல்ட்(KUIPER BELT), ஊர்ட் கிளௌடை(OORT CLOUD) தாண்டி பல புகைப்படங்களை அனுப்பியவாறு மணிக்கு அறுபத்தி ஆறாயிரம் கிலோமீட்டர் வேகத்தில் சூரிய குடும்பத்தை கடந்து இண்டர்ஸ்டெல்லார் ஸ்பெஸில்(INTERSTELLAR SPACE)பயணம் செய்து கொண்டிருக்கிறது. ஒரு ஆஸ்ட்ரோனாமிகல் யுனிட் (ASTRONOMICAL UNIT-AU)வானியல் அலகு என்பது சூரியனுக்கும் பூமிக்கும் இடையிலுள்ள நூற்றைம்பது மில்லியன்(15கோடி) கிலோமீட்டர் தூரத்தை குறிக்கிறது. அது-போல் 1977ஆம் ஆண்டு ஏவப்பட்ட வாயேஜர் தற்போது 2022 ஜனவரி மாதத்தில் பூமி-யிலிருந்து சுமார் 141வானியல் அலகு அல்லது 21.2 பில்லியன் அதாவது 2120கோடி கிலோமீட்டருக்கு அப்பாலில் இருந்தும் பூமியுடன் தொடர்பிலிருக்கிறது. செவ்வாய் கிரகத்தில் செயற்கை கோள்கள் தரையிரங்கி தங்கள் வேலையை செய்கின்றன. பூமியிலிருந்து மூன்று லட்சத்து எண்பத்து ஐய்யாயிரம் கிலோமீட்டர் தூரம் தொலைவிலுள்ள நம்முடைய துணைக்-கோளான நிலாவிற்கு இதுவரை பன்னிரெண்டு விண்வெளி வீரர்கள் சென்று கால்தடம் பதித்துவிட்டனர். ஆனால் பூமியிலுள்ள கடல் பகுதிகளில் மிக ஆழமானது என்று இதுவரை கணக்கிடப்பட்ட பசுபிக் பெருங்கடலிலுள்ள மரியானா டிரெஞ்சின்(MARIANA TRENCH) சேலஞ்சர் டிப்(CHALLENGER DEEP) எனும் ஆழ்கடல் பகுதிக்கு சென்ற மனிதர்களின் எண்ணிக்கை விரல் விட்டு எண்ணும் அளவில்தான் உள்ளது. பூமிக்கு வெளியே நூறல்ல, ஆயிரமல்ல, லட்சக்கணக்கான கிலோமீட்டர் தொலைதூரம் பயணம் செய்த மனித இனம்-தான் பூமியிலுள்ள கடல் பகுதியின் மிக ஆழமான பதினொரு கிலோமீட்டர் தொலைவை பயணம் செய்ய இன்னும் பயிற்சி மேற்கொண்டு வருகிறது. கடல்மூழ்கி கப்பல்கள் எதுவும் முன்னூறு மீட்டருக்கு கீழே அழுத்தத்தை தாங்கி கொண்டு ஒளி ஊடுறுவாத அந்த கடலின் இருள் கோட்டைக்குள் செல்ல முடியாது. பல ஆயிரம் டன்கள் எடை கொண்ட கடல்மூழ்கி கப்பல்கள் கடலில் 0.3கிலோமீட்டருக்கு கீழே செல்ல செல்ல நீரின் அழுத்தம் தாங்க முடி-யாமல் அப்பளம் போல் ஒடுங்கி நொறுங்கிவிடும். இதிலிருந்தே உங்களுக்கு தெரிந்திருக்கும் அழுத்தம் அதிகமான ஆழ்கடலில் ஆராய்ச்சி செய்வதென்பது அவ்வளவு எளிதல்ல என்-பது.

ஒருவேள இருக்குமோ?!

எளிமையாக சொல்ல வேண்டுமென்றால் நம்முடைய உலகம் போலவே முடிவற்ற எண்ணிக்-கையில் உலகங்கள் உள்ளது. உதாரணத்திற்கு நீங்கள் விமானத்தில் பயணம் செய்து கொண்-

டிருப்பது போல கற்பனை செய்து கொள்ளுங்கள். முப்பத்து ஐய்யாயிரம் அடி உயரத்தில் பறந்து கொண்டிருக்கும் போது தீடீரென விமானத்தில் இயந்திரக் கோளாறு ஏற்பட்டுவிட்-டது. இந்த சூழ்நிலையில் முடிவில்லா இணை பிரபஞ்ச கோட்பாடு எப்படி வேலை செய்-யுமென்றால், ஒரு உலகத்தில் நீங்கள் அந்த விமானத்தை விபத்து ஏற்படாதவாறு காப்பாற்-றுவீர்கள், இன்னொரு உலகத்தில் அந்த விமானம் விபத்திற்குள்ளாகி நீங்கள் இறக்கலாம், இன்னொரு உலகத்தில் விமானம் விபத்திற்குள்ளான பிறகும் நீங்கள் உயிர் பிழைக்கலாம். இன்னொரு உலகத்தில் நீங்கள் விமானியாக மாறி விபத்து நடக்காதபடி செய்யலாம், விமா-னியாக மாறி விபத்தை தடுக்க முயன்று அது வீணாகலாம், விமானத்தில் பயணிக்கும் வேறு யாரேனும் கதாநாயகனாக உருவெடுத்து அந்த விமானத்தை விபத்திலிருந்து காப்பாற்றலாம், அந்த முயற்சி தோல்வியடையலாம், அந்த விமானத்தில் இயந்திரக் கோளாறு ஏற்படாமலும் இருக்கலாம், விமானப்படை ராணுவம் விரைந்து வந்து ஏதேனும் செய்யலாம், உயிர் பிரிய சற்று நேரத்திற்கு முன்பாக விமானப் பணிப் பெண் மீது உங்களுக்குள் காதல் மலரலாம், உச்சகட்ட கோபத்தில் தன்னிலை மறந்து விமானியை நீங்கள் கொன்றுவிடலாம்,.......

இப்படி ஒரு மனிதனின் ஒரு நிகழ்விற்கு மட்டுமே முடிவற்ற வாய்ப்புகள்(INFINITE NUMBER OF PROBABILITIES) முற்றுப் புள்ளி இல்லாமல் இருக்கும் பட்சத்தில் ஒரு மனிதன் பிறந்து வளரும் காலத்தில் நொடிக்குநொடி எத்தனை நிகழ்வுகள் நடக்கிறது என்று சிந்தித்துப் பாருங்கள், அத்தனை நிகழ்வுகளுக்கும் முடிவற்ற வாய்ப்புகள் இணை பிரபஞ்ச கோட்பாட்டில் உள்ளது. இந்த உலகில் உயிர் விட்ட மனிதன், வேறு உலகில் உயிருடன் இருக்கலாம். இந்த முப்பரிமாண உலகில் பறக்க முடியாத மனிதன் நான்காம் பரிமாண(FOURTH DIMENSIONAL WORLD) உலகில் பறக்கலாம். ஐந்தாம் பரி-மாண(FIFTH DIMENSION) உலகில் கண்ணுக்குத் தெரியாத உருவத்திற்கு(INVISIBLE FORM) பரிணமித்திருக்கலாம் (தண்ணீரில் வாழும் மீன் தான் சுவாசித்து வசிக்கும் தண்-ணீரை காண முடியும். நாம் காற்றை சுவாசித்து காற்று இருக்கும் இடத்தில் உயிர் வாழ்-கிறோம். ஆனால், நம்மால் காற்றை காண முடியாது. தண்ணீரை காண முடியும். முப்-பரிமாணங்களுக்கு மேலுள்ள பரிமாணங்களின் புரிதல்கள் இதைக்காட்டிலும் விந்தையாக இருக்கும்), வேறு உலகில் மனிதர்களை காட்டிலும் அறிவார்ந்த உயிரினங்கள் தோன்றி-யிருக்கலாம், குரங்கிலிருந்து மனிதன் பரிணமிக்கவில்லை என்று இருக்கும்போது நமக்கும் குரங்கிற்குமான பொது மூதாதையரிடமிருந்து(COMMON ANCESTER) கிளை பிரிந்து ஹோமோஎரக்டஸாக(HOMO ERECTUS) ஹோமோசாப்பியனாக(HOMO SAPIENS) பரிணமித்த மனிதன் பரிணமிக்காமலேயே போயிருக்கலாம், பத்திற்கும் மேற்பட்ட மனித இனங்கள் இருந்ததாகவும் அவைகளுள் நாம் மட்டும்தான் அழியாமல் எஞ்சியிருப்பதாகவும் ஆராய்ச்சியாளர்கள் கூற.. இந்த உலகில் அழிந்த மனித இனத்தின் மற்ற வகையர் அனை-வரும் இணை பிரபஞ்சத்தில் அழியாமல் உயிருடன் இருந்து அனைத்து மனித வகையரு-டன் ஒன்றாக வாழ்ந்து கொண்டிருக்கலாம் அல்லது போட்டி போட்டு போரிட்டு எந்த மனித இனமும் இல்லாமல் அந்த உலகில் அதிக பட்சம் ஐந்து அறிவு ஜீவன்கள் வரை மட்டும் பிழைத்திருக்கலாம்.

இந்த இணை பிரபஞ்ச கோட்பாட்டின் அடிப்படையில் எண்ணற்ற உலகங்களுள் ஒரு உலகத்தில் நம் தமிழினம் இழந்தவைகளும், நாம் எதிர்பார்ப்பவைகளும், நாம் தவிர்க்க

விரும்புபவைகளும் ஒரு சேர ஆசை தீர கனவு நினைவாகுமென்ற நம்பிக்கையின் அடிப்-
படையில் கற்பனையில் தீட்டத் தொடங்கியுள்ளேன். நம்முடைய உலகிலிருந்து நம்முடை-
யதைப் போல் இயங்கிக் கொண்டிருக்கும் இன்னொரு உலகத்திற்கு பொங்கல் விழாவை
கொண்டாடப் பயணம் செய்யும் மதிவதனியுடன் நாமும் சேர்ந்து பயணிப்போம் வாருங்கோள்.

செந்தமிழ் விண்வெளி ஆய்வு மையம்(Chentamizh Space Research Organisation - CSRO)

விண்வெளி ஆய்வு மையத் தலைவர் — எல்லாம் சரியாக உள்ளது மகாமந்திரி. இன்னும்
சில வினாடிகளில் நம்முடைய விருந்தாளி பூமியிலிருந்து பூமி 2.0வின் செந்தமிழ் விண்-
வெளி ஆய்வு மையத்திற்கு அருகிலுள்ள புழுத்துளையில்(WORMHOLE) அவர்களது
விண்கலத்துடன் தோன்றுவார். விண்வெளி வீரர்கள் தயார் நிலையில் காத்து கொண்டிருக்-
கிறார்கள்.

மகாமந்திரி — நல்லது. விருந்தாளி வந்தவுடன் அரண்மனைக்கு தகவல் அனுப்பிவிட-
வும்.

நம்முடையதைப் போலவே பால்வழி அண்டம், சூரிய குடும்பம், அதில் பூமி 2.0வின்
விண்வெளியில் சூரிய ஒளி நாம் காணும் மஞ்சள் நிறத்திலோ சிவப்பு நிறத்திலோ இல்லாமல்
வெள்ளை நிறத்தில் கண் கூசிட பிரகாசமாக ஜொலித்துக் கொண்டிருக்க, அண்டத்தின்
அமைதியை அனுபவித்தவாறு விண்வெளி வீரர்கள் பாதுகாப்பு நடவடிக்கைகளுடன் மதி-
வதனியின் வருகைக்காக காத்துக் கொண்டிருக்கின்றனர். விண்வெளியில் செந்தமிழ் விண்-
வெளி ஆய்வு மையம் பூமி 2.0வை சுற்றி தன்னுடைய சுற்றுப்பாதையில் சரியாக சென்று
கொண்டிருப்பதை விண்வெளி வீரர்கள் கவனித்து தகவல்களை உடனுக்குடன் பூமி 2.0விற்கு
அனுப்பினர்.

புழுத்துளையில் அதிர்வு உணரப்பட்டது. நீல நிறத்தில் புகை கக்கியது. சற்று வெதுவெ-
துப்பை உமிழ விண்வெளி உடை அணிந்த உருவமொன்று நீல நிற புகையை விளக்கியவாறு
விண்கலத்திலிருந்து வெளியில் வந்து சிறிய சிரமத்துடன் இருகரம் கூப்பி மிதந்து நின்றது.

விண்வெளி வீரர்கள் — வணக்கம் மதிவதனி. பூமி 2.0விற்கு வரவேற்கிறோம்.

மதிவதனி — வணக்கம். பூமி 2.0வின் செந்தமிழ் விண்வெளி ஆய்வு மையத்திற்கு
செல்வதில் பெரும் மகிழ்ச்சியடைகிறேன்.

தகவல்கள் உடனடியாக அரண்மனைக்கு அனுப்பி வைக்கப்பட்டது. விண்வெளி ஆய்வு
மையத்தில் விருந்தோம்பல் சில நிமிடங்கள் நிகழ்ந்து கொண்டிருக்க தமிழ் கண்டத்தின் பேர-
ரசி செவ்விழியாள் அதற்குள் விண்வெளி மையம் வந்தடைந்தார். அரசி செவ்விழியாளும்
நன்கு தேர்ந்த பயிற்சிபெற்ற விண்வெளி வீராங்கனையாவார்.

அரசி செவ்விழி — வாருங்கள் மதிவதனி. உங்களை வரவேற்பதில் பூமி 2.0 மகிழ்ச்-
சியடைகிறது. பூமியில் எல்லா ஜீவராசிகளும் நன்றாக உள்ளார்களா?

மதிவதனி — வணக்கங்கள் அரசியாரே. யாதும் ஊரே யாவரும் கேளிர். அனைவரும்
நலம்.

அரசி செவ்விழி — என்னை தாங்கள் செவ்விழி என்றே கூப்பிடலாம்.

"ஓகே செவ்விழி".

"உங்களது பயணம் சௌகரியமாக இருந்ததா?"

"சிறப்பாக இருந்தது செவ்விழி. எனக்கு நேரம் குறைவாக உள்ளமையால் நாம் கீழே பூமி 2.0விற்கு எப்போது செல்வோமென்று ஆர்வமாக உள்ளேன்."

அரசி செவ்விழி மதிவதனியுடன் அப்போது அங்கே வந்த தனது தளபதி மாறனையும் மகாமந்திரியையும் ஒரு விண்கலத்தில் அழைத்துக் கொண்டு நால்வரும் பூமி 2.0விற்கு புறப்பட்டனர். அரசி செவ்விழி விண்கலத்தை தானே இயக்குவதைக் கண்டு மதிவதனி ஆச்சரியப்பட்டாள்.

மகாமந்திரி — நீங்கள் எதற்காக ஆச்சரியப்படுகிறீர்கள் என்று புரிகிறது மதிவதனி. அது பூமி, இது பூமி 2.0 இன்னும் பல ஆச்சரியங்கள் உங்களுக்காக காத்துக் கொண்டிருக்கிறது.

விண்கலம் காற்று மண்டலத்தின் புழுதித் துகள்களை கடந்து நிலப்பரப்பையும் நீர்பரப்பையும் அதிர்ந்தவாரே காண வழி தந்தது. மதிவதனி பிரம்மித்துப் போனாள். அவளது கண்கள் கலங்கியது. பூமியில் மறைந்து போன தமிழ் சாம்ராஜ்ஜியத்தின் பிரம்மாண்டத்தை பூமி 2.0வில் கம்பீரமாக காட்சியளித்துக் கொண்டிருப்பதைக் கண்டு உறைந்து போனாள்.

மகாமந்திரி — மதிவதனி அவர்களே.. நீங்கள் மணிமேகலை காப்பியத்தில் படித்த, இவ்வுலகை ஆளும் சம்பூத் தீவு இதோ.

பல ஆயிரம் ஆண்டுக்கால ஏக்கம் மிகுந்த கனவு கண் முன்னே நிறைவேறி முடிசூடி நிற்பதைக் கண்டு நிற்காமல் பெருமிதம் வழிந்தோடும் கண்ணீருடன் மதிவதனி — குமரிக் கண்டம்..!!

"பூமி 2.0வின் கண்டங்களுள் ஒன்றான வடக்கே இந்திய திருநாட்டாலும், தென்கிழக்கே ஆஸ்திரேலியாவாலும், தென்மேற்கே ஆப்பிரிக்காவின் மதகாஸ்கராலும், தெற்கே தென்தமிழ் நன்னாட்டுப் பெருங்கடலாலும் அதற்கு அப்பால் அண்டார்டிக் பனிப் பிரதேசத்தாலும் சூழப்பட்ட மாபெரும் உருவமும் மகத்தான பெயரும் புகழும் பெற்று இவ்வுலகிற்கே வழிகாட்டியாகத் திகழ்ந்திடும் தமிழர்களை தாங்கி நிற்கும் பெருமைக்கும் தமிழினத்திற்கும் சொந்தமான நாவலன் தீவு"

"குமரிக்கண்டம் முழுக்க தமிழர்கள் வசிக்கிறார்களா?"

"இந்த உலகத்தில் தமிழனுக்கும் தமிழினத்திற்கும் மாபெரும் கண்டமே உள்ளது மதிவதனி அவர்களே. மற்ற உலக நாடுகளிலிருந்தும் இங்கு சுற்றுலாவிற்கு மட்டும் வராமல் இங்கேயே கோடிக்கணக்கான வெளிநாட்டவர் நிரந்தரமாக தங்கி தமிழை கற்று பயனடைந்து உழைத்து வாழ்கின்றனர்"

"அப்போ இங்க ராமர் பாலம் கிடையாதா?"

"இங்கு ராமரே கிடையாது. அப்ரோ எப்டிங்க ராமர் பாலமிருக்கூ?"

"தொல்காப்பியம், நன்னூல், சிலப்பதிகாரம், மணிமேகலை, பரிபாடல், பதிற்றுப்பத்து, புறநானூறு போன்ற ஒப்பற்ற நூல்களில் குமரிக் கண்டத்தை பற்றி படித்ததுண்டு. ஆனால், இப்போது தான் நேரில் அதன் பிரம்மாண்டத்தைப் பார்க்கிறேன். நான் இன்னொரு பிரபஞ்சத்திற்கு வந்ததை காட்டிலும் கண்ணெதிரே குமரி கண்டத்தை காண்பதை என்னால் நம்ப

முடியவில்லை”

“நாவலன் தீவில் இதுவரை நீங்கள் கண்டிடாத பல தொன்மையான தமிழ் இலக்கிய நூல்களை உங்கள் உலகத்தின் நன்மைக்காக நாங்கள் எடுத்து வைத்துள்ளோம். நம்பாமலிருப்பதற்காகவா உங்களது பிரபஞ்சத்திலிருந்து இவ்வளவு ஒளியாண்டுகள் கடந்து இணை பிரபஞ்சத்திற்கு வந்தீர்கள்”

“ஹாஹா.. சரி அது யாருடைய சிலை? மிக உயரமாக நிற்பது போல் தெரிகிறதே”

“வணங்குவதற்கு தயாராக இருங்கள். இவரது சிலை சம்பூத் தீவில் மட்டுமல்ல, பல உலக நாடுகளில் இதைக் காட்டிலும் உயரமாக கம்பீரமாக காட்சியளிக்கும். அதுவே நம் அய்யன் வள்ளுவரின் சிலைகள்.”

“மகாமந்திரி அவர்களே.. எனக்கு சில கேள்விகள் உள்ளது?”

“கேளுங்கள் மதிவதனி”

“எப்படி இங்கே இன்னும் அரசாட்சி தொடர்கிறது?”

“மதிவதனி அவர்களே.. பூமி 2.0வில் தமிழ் கண்டம் முழுவதும் எந்த அந்நியர் வருகையாளும் பாதிக்கப்படவில்லை. அனைவரோடும் நட்பு பாராட்டுகிறோம். அதற்கு முக்கிய காரணம் நம் செம்மொழி தமிழ் தந்த இலக்கண இலக்கிய வாழ்வியல் நூல்களாகும். இவ்வுலகை ஆளும் வல்லரசுகளுள் நாம் தான் மிக மிக முக்கியமான வல்லரசாகத் திகழ்கிறோம். அந்த நிலை ஏற்படுத்தப்பட்டதல்ல. நம் தொன்மை, பாரம்பரியம், கலாச்சாரம் கண்டு உலகமே நம்மை அன்போடும் மரியாதையோடும் சிரம் மீது ஏற்றி நடத்துகிறது. என்னதான் சேர, ஆதிசோழ, பாண்டியர்களின் ஆட்சி இங்கே நடந்து கொண்டிருந்தாலும் நம் மண்ணின் மன்னராட்சியில் கம்யூனிசக் கொள்கை ஏற்றுக் கொள்ளப்பட்டு மதிக்கப்பட்டு பின்பற்றப்படுகிறது. தமிழ் கண்டத்தில் எல்லார்க்கும் எல்லாம் கிடைக்கும். முக்கியமாக கல்வியும் மருத்துவமும் அரசாட்சியில் இலவசமாக அனைவரின் விருப்பத்திற்கும் தேவைக்கும் திறமைக்கும் ஏற்ப வழங்கப்படுகிறது. நீங்கள் இதுவரை நினைத்துப் பார்க்க முடியாத அளவிற்கு மன்னர்களுக்கும் மக்களுக்கும் இடையிலான பந்தம் அற்புதமானதாக இருந்து வருகிறது”

“ஆஹா!!.. கேட்கவே காதிற்கும் மனதிற்கும் இனிமையாக உள்ளது”

“போர்கள் வேண்டாமென்று இவ்வுலகிற்கு அன்பின் வழியை எடுத்துரைத்து அனைவரையும் சமமாக பார்க்கச் சொல்லித் தந்த இனம் நமது”

“அருமை.. அருமை..”

“சரி.. இங்கே மதம், சாதி எல்லாம்..?”

“நான் முன்பு கூறியது போல் இங்கே அவரவர்க்கு விருப்பமான இறை வழிபாடு உண்டு ஆனால் மதமில்லை. மதமில்லையெனில் சாதி எங்கிருக்கப்போகிறது? சாதி மதத்தால் வடக்கைக் கடந்து தென்புலத்தார் பூமிக்கு வரமுடியவில்லை. பிறகு அவர்களையும் மாற்றிவிட்டோம்”

“ஹாஹா.. சரியாக சொன்னீர்கள். குமரிக் கண்டத்தை பற்றி கூறுங்கள் மகாமந்திரி. பூமியில் வாழும் தமிழர்களுக்கு இது ஏக்கமிகுதியான கனவாகவே உள்ளது”

“இவ்வுலகின் முதல் ஹோமோசாப்பியனை(HOMOSAPIEN-MODERN HUMAN) தன் மாரின் மேல் சுமந்த மண். உலகின் முதல் மனிதன், முதல் மொழி, முதல் நாகரீகம்

தோன்றிய மண். முதல் குடியும் நாமே, மூத்த குடியும் நாமே. ஏழேழு பெரும் பகுதிகளாக

ஏழ்தெங்க நாடு

ஏழ்மதுரை நாடு

ஏழ்குணகாரை நாடு

ஏழ்பின்பாலை நாடு

ஏழ்குன்ற நாடு

ஏழ்முன்பாலை நாடு

ஏழ்குறும்பனை நாடு

என மொத்தம் நாற்பத்தொன்பது நாடுகளை கொண்ட தமிழ் கண்டம்.

அண்டத்திற்கே இளநீர் அமுதை அள்ளித் தருவதற்காக அளவிற்கு அதிகமாக தென்னை மரங்களை உடைய ஏழு நாடுகள்.

உலகின் மற்ற கண்டங்களுக்கு மனிதன் பிறமொழி உருவாக்கி குடியேறும் முன்பே ஆதித்தமிழர்கள் தங்கள் முதல் தமிழ் சங்கத்தை நாலாயிரத்து நானூற்று நாற்பத்தொன்பது புலவர்களுடனும் முப்பத்தொன்பது அரசர்களுடனும் மிக பிரம்மாண்டமாக நிகழ்த்திய நாடு தென்மதுரை.

கிழக்கு திசையெங்கும் பரவிக்கிடக்கும் கடற்கரையில் ஏழு குணகாரை நாடுகளும், மேற்கு கடற்கரையில் சற்று வறண்ட பகுதியில் ஏழு பின்பாலை நாடுகளும், அடுத்தடுத்த நாடுகளில் தொடர்ச்சியாக மலைகளையும் குன்றுகளையும் உடைய ஏழு குன்றநாடுகளையும், அதிக பாலைவனங்களுடன் ஏழு முன்பாலை நாடுகளும், சிறிதானாலும் பனைமரங்களை பன்மடங்கு கொண்ட ஏழு குறும்பனை நாடுகளும், பெரு, கண்ணி, பஃறுிறு, குமரி போன்ற வற்றாத நதிகளையும், தங்கம் அள்ளித் தரும் மேருமலை, குமரிகோடு, மணிமலை என மாபெரும் மலைத்தொடர்களையும், சங்கம் வளர்த்த தென்மதுரை, கபாடபுரம், முத்தூர் ஆகிய முக்கிய தலைநகரங்களையும், 2470 விமான நிலையங்களையும், 13300 இரயில் நிலையங்களையும் ஆயிரக்கணக்கான துறைமுகங்களையும் அரணாக உலகின் மிகச் சிறந்த கப்பற்படை, விமானப்படை இராணுவ தளவாடங்களையும், விஞ்ஞானத்தில் விந்தைகள் பல செய்து அறிவியலின் ஆழமான போக்குகளை பின் தொடர்ந்து பிரபஞ்சம் விட்டு பிரபஞ்-சம் செல்லும் அளவிற்கு விண்வெளியில் அதிநவீன விண்வெளி ஆய்வு மையத்தை உரு-வாக்கி செயற்கை நுண்ணறிவின் செயலில் விவசாயம் இருந்தாலும் முப்போகம் போதா-தென்று கயிற்று சங்கிலி கொண்டு களிறுகளை உழவிற்கு பழக்கி அண்டத்தில் எங்கும் விளைந்திடாத ஐம்போகத்தை தரும் தமிழன்னை தந்ததம்மா பூமி 2.0வின் குமரிக் கண்டம்''

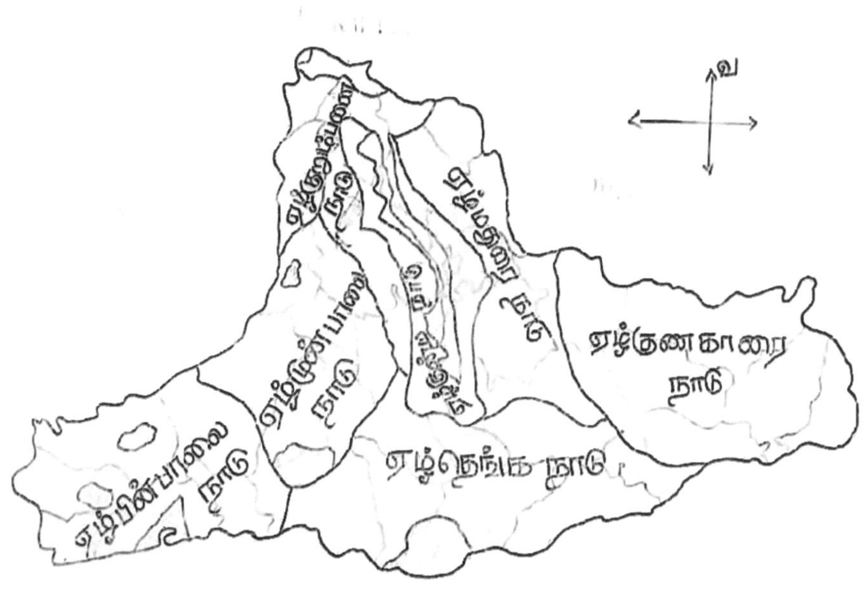

"மெய் சிலிர்த்துவிட்டது மகாமந்திரி அவர்களே.. எப்படி உங்களால் விஞ்ஞான உலகில் இப்படியொரு வளர்ச்சியை அடைய முடிந்தது?"

"மதிவதனி அவர்களே,, இங்கே மதமில்லை, சாதியில்லை, ஆண் பெண் பாகுபா-டில்லை, எந்த ஏற்றத் தாழ்வுகளும் இல்லை, முக்கியமாக இங்கே எல்லாருக்கும் எல்லாம் கிடைக்க யாரும் தடையாக இருப்பதில்லை, மாறாக உதவியாகத் தான் இருக்கிறார்கள். பெரும்பாலும் சுயநலமில்லை. அதுமட்டுமல்லாமல், இங்கே தவறுகளுக்கு தண்டனைகள் வழங்கப்படுவதில்லை, மாறாக தவறுக்கான புரிதலெனும் மாற்றத்தை வழங்கி வாழ்க்கை திருத்தப்படுகிறது, திருப்திப்படுத்தப்படுகிறது. அதனால் அரசாங்கத்தால் அனைவரின் திற-மைகளுக்கேற்றவாறு வாய்ப்புகள் வழங்கமுடிகிறது. ஒரு பக்கம் விவசாயத்தில் புரட்சிகர ஆராய்ச்சிகளை மேற்கொள்ள முடிகிறது, மறுபக்கம் அதீத ஆர்வமுள்ள இளம் ஆராய்ச்-சியாளர்களாலும் எண்ணிக்கையிலும் அறிவிலும் அதிகப்படியாக உள்ள அறிவியல் அறி-ஞர்களாலும் விஞ்ஞானத்தில் விந்தைகளை சோதனை செய்ய முடிகிறது. தமிழ் கண்டத்தின் மொத்த மக்கள் தொகையில் பாதிக்கும் மேற்பட்டவர்கள் ஏவியானிக்ஸ் & ஏரோஸ்-பேஸ் இன்ஜினியரிங், காஸ்மாலஜி, எஸ்ட்ரோ பிஸிக்ஸ், எஸ்ட்ரோனமி, குவாண்டம் மெக்-கானிக்ஸ் & குவாண்டம் பிஸிக்ஸ் (AVIONICS ENGINEERING, AEROSPACE ENGINEERING, COSMOLOGY, ASTRO PHYSICS, ASTRONOMY, QUANTUM PHYSICS, QUANTUM MECHANICS etc) போன்ற துறை படிப்பு-

களை படித்து ஆராய்ச்சியில் ஈடுபட்டுள்ளனர். இதனால் தான் பூமியிலுள்ள உங்களது தந்தையும் விண்வெளி வீரருமான எர்வின் மற்றும் அவருடைய நண்பர் ஸ்டீபனிடம் நாங்கள் தொடர்பு கொள்ள முடிந்தது. அவர்கள் நாசாவில் தங்களது ஆராய்ச்சி அலட்சியப்படுத்தப்பட்டது என்று விட்டுவிடாமல் தொடர்ந்து முயற்சித்ததன் பலனாக நீங்கள் இப்போது உங்களது பிரபஞ்சம் தாண்டி வந்துள்ளீர்கள். ஆனால் உங்களது தந்தை வருவாரென நாங்கள் எதிர்பார்த்திருந்தோம். இப்படி நடக்குமென்று நினைக்கவில்லை"

அரசி செவ்விழி — மகாமந்திரி.. நாளை பூமி 2.0விற்கு வரவிருக்கும் விருந்தாளிகளை கவனிக்க செய்த ஏற்பாடுகளை மேற்பார்வையிட்டு எனக்கு தகவல் அனுப்புங்கள். மதிவதனியை நான் கவனித்துக் கொள்கிறேன்.

மகாமந்திரி அரசியின் உத்தரவை நிறைவேற்ற கடமைப்பட்டு மதிவதனியிடம் வாழ்த்துச் சொல்லி விடைபெற்றார்.

அன்று காதல் பண்ணியது

பூமியாக இருந்தாலும் சரி, பூமி 2.0வாக இருந்தாலும் சரி, வேவ்வேறு பிரபஞ்சங்களிலுள்ள வேறு வேறு பூமிகளாக இருந்தாலும் சரி இரு பெண்களோ இருவருக்கு மேற்பட்ட பெண்களோ சேர்ந்துவிட்டால் சுவாரஸ்யமாக என்ன பேசுவார்கள்?

அதே அதேதான்.. அன்று காதல் பண்ணியது, ஜீன் போனால் ஜீலை காற்று என்று தங்கள் வாழ்க்கையின் ருசி மிகுந்த (ருசியென்று வந்துவிட்டால் கசப்பும் ஒரு ருசிதானே) பகுதிகளை கேட்டும் பகிர்ந்தும் கொள்வார்கள். அரசி செவ்விழி இளம் நங்கை. தன்னுடைய காதலனை கரம்பிடிக்க (இதுவே பூமியாக இருந்தால் காதலனின் கரம்பிடிக்க என்று சொல்லியிருக்க நேர்ந்திருக்கும்) காத்துக் கொண்டிருக்கிறாள். அரசி செவ்விழியின் காதலன் அரசனல்ல, இளவரசனுமல்ல. அவனது பெயர் கொற்கை. குமரிக் கண்டத்தின் தெற்கு கடற்பகுதிக்கு கப்பற்படை தளபதியாக உள்ளான். இளம் வயதானாலும் வேகமும் விவேகமும் வீரமும் கொண்டு அரசி செவ்விழியின் மனதை கொள்ளை கொண்ட குணவாளன் கொற்கை. ஒரு பதற்றமான சூழ்நிலையை திறம்பட கையாளும் போதுதான் கப்பற்படை தளபதி கொற்கைக்கும் பேரரசி செவ்விழியாளுக்கும் இடையை காதல் மலர்ந்தது.

அரசி செவ்விழி — மதி.. உங்க லவ் லைப் பத்தி சொல்லுங்க. நீங்க அனுப்பின தரவுகள முழுமையா படிக்க எனக்கு நேரமில்ல.

மதி — அவரும் ஒரு விஞ்ஞானி, விண்வெளி வீரரும் கூட. பூமியில ஹபுல் டெலஸ்கோப்ல(HUBBLE TELESCOPE) ஒரு பிரச்சன. மனிதர்கள் நேரடியா போய்தா சரி செய்யணும். அந்த மிஷன்லதா அவர மொதல்ல பார்த்தே.

"பாத்த உடனே உங்களுக்கு அவர புடிச்சிருச்சிதான்"

"எப்டி சரியா சொல்றிங்க"

"பின்ன.. லவ் லைப் பத்தி சொல்றவங்கள்ல முக்காவாசி பேரு அவங்களோட வாழ்க்கைத் துணைய எப்போ முதல்ல பாத்தாங்கனு சரியா நியாபகம் வச்சுருப்பாங்க. அவங்களுக்கே தெரியாம அவங்க மனசு கட்டுப்பாட்டையெல்லா உடைச்சி ஈர்க்கப்பட்டுருப்பாங்க.

அதனாலதா சொன்னே”

“அதுக்கு பிறகு அந்த மிஷன முடிக்கற வரைக்கும் நாங்க ஸ்பேஸ்ல இருந்தாகனும். ரொம்ப அமைதியான சூழல், உங்களுக்கு தெரியுமே விண்வெளியின் ரசிக்கத்தக்க மெல்லிய தீய வாடை, அத அனுபவிக்காம வெறுமனே உணர்ந்துட்டு உள்ள வந்தோம், புவி-ஈர்ப்பு(GRAVITY) கிடையாது, மிதந்துகிட்டு இருந்தோம், காலூன்றி நடக்க மறந்திருந்-தோம், சூரியனோட பரிசுத்தமான பவித்திரமான வெண்மை நிற நட்சத்திர ஒளி, அதுல நீலகிரகத்தோட(BLUE PLANET) அழக பாத்து மீண்டு வரமுடியாம சிக்கி இருந்தோம். நா விண்கலத்துக்குள்ள இருந்தேன். கண்ணாடி முன்னாடி திடீர்னு ஒரு பந்து வந்து நின்னத பாத்து நா ஒரு செகண்ட் பயந்துட்டே. அவருதா தலைகீழா ஸ்பேஸ் சூட்ல வந்துருந்தாரு. சைகள கல்யாணம் பண்ணிக்கலாம்னு சொன்னாரு. எங்க ரெண்டு பேருக்கும் இடையில இருந்த கண்ணாடிய தாண்டி அவரு போட்ருந்த ஸ்பேஸ் சூட் கவசத்துக்குள்ள இருந்த அந்த ரெண்டு கண்கள்ல காதல பாத்தே. அப்போவே ஓகே சொல்டே”

“வாஆஆஆஆஆவ்.. அப்ரோ என்ன ஆச்சு?”

“நாங்க பூமிக்கு வந்தோம். ஒன்னா இருந்தோம். அப்பாகிட்ட சொன்னே. அப்பாவும் அவரும் இந்த முற ஸ்பேஸ்கு போற மாதிரி ஒரு சூழ்நில வந்தது. நா பூமியில இருந்து தொடர்பு கொண்டப்போ அவங்க நல்ல நண்பர்களாகிருந்தாங்க. அவங்க பூமிக்கு திரும்பு-னதும் எங்க கல்யாணம் நடக்கும்னு அப்பா சொன்னாரு. ஆனா யாருமே நினைச்சு பாக்-காத விபத்து. விண்கலம் பூமிக்கு வந்து சேர்றத்துக்கு ரெண்டு நிமிஷம் முன்னாடி பிலாஸ்ட் ஆகிடிச்சு. என்னோட அப்பா, அவரு உட்பட அதுல இருந்த யாருமே உயிரோடயில்ல”

“..சாரி மதி..”

“..அதுக்கப்றோ அப்பாவோட தோழர் ஸ்டிபனும் அவரோட குடும்பமும்தா என்ன பாத்-துக்கிட்டாங்க. இங்க வர்றத்துக்காக அவருதா என்ன ரகசியமா தயார்படுத்தினாரு”

“அவரோட நீங்க எடுத்துக்கிட்ட புகைப்படம் இருக்கா?”

“விண்வெளியில் உதித்த விநோதக் காதலாச்சே.. போட்டோ இல்லாம இருக்குமா.. அப்-பப்போ அத பாத்துதா என்ன நானே ஆறுதல் பண்ணிக்கிறே செவ்விழி. இதோ இவருதா.. என் சந்துரு”

“ரெண்டு பேரும் ரொம்ப அழகா இருக்கிங்க”

“ஆ.. இருந்தோம்.”

“உங்க அப்பாவையும் காதலரையும் மிஸ் பண்றிங்கள்ல?”

“ரொம்ப..”

“...நீங்க தளபதி மாறனோட ஊர் சுத்தி பார்க்கனும்னு சொல்லிருந்திங்கள்ல”

“இல்ல செவ்விழி.. எனக்கு நேரம் ரொம்ப குறைவா இருக்கு. இந்நேரம் பூமியில எவ்ளோ வருஷம் கடந்துருக்கும்னு உங்களுக்கே தெரியும்ல”

“தெரியும் மதி.. ஆனா மறுபடியும் நீங்க இங்க வர்றதும் சுலபமான விஷயமில்லங்கறது உங்களுக்கு தெரியும்ல”

அரசி செவ்விழி தன்னுடன் பேசிக் கொண்டிருக்கும் போது வானில் யானை போலொரு உருவம் பறந்து செல்வதைப் பார்க்கிறாள் மதிவதனி. அது விண்கலமல்ல என்பது அவளுக்கு

நன்றாகத் தெரியும். ஒருவேளை டிராகன்(DRAGON) அல்லது டைனோச-ராக(DINOSAURS) இருக்குமோ என்ற சந்தேகம் ஆர்ச்சரியத்துடனும் கொஞ்சம் பயத்து-டனும் எழுகிறது.

"செவ்விழி,.. என்ன அது?"

"யாளி"

"அப்போ யாளிங்குறது உண்மைலையே வாழ்ந்த உயிரினம் தானா?"

"மதி.. டைனோசர்ஸ் மட்டும் தான் நாங்க பாக்கல. மத்தபடி இங்க இல்லனு எது-வுமில்ல. யாளிகள் பாதுகாப்பான வனப்பகுதிகள்ல வாழுதுங்க. எதாவது ஒன்னு ரெண்டு வழி தவறி வெளிய பறந்து வந்துடும். அதுங்கள மறுபடியும் காட்டுப் பகுதிக்கே வழிநடத்த ஆளில்லா செயற்கை நுண்ணறிவு விமானங்கள் எப்பவும் தயார் நிலையிலேயே இருக்கும். நீங்க பயப்பட வேண்டாம்"

"பக்கத்துல பார்க்க முடியுமா?"

"நீங்க பயப்படலனா தளபதி மாறன் உங்கள யாளிகள் இருக்கற இடத்துக்கு அழைத்துச் செல்வார்"

பொங்கலோ பொங்கல்..!

"மிக்க நன்றி தளபதி மாறன்.. உங்கள் இல்லத்திற்கு எங்களை அழைத்ததற்காக.. இனிய பொங்கல் நல்வாழ்த்துகள்.".

"பொங்கல் வாழ்த்துகள் மதிவதனி அவர்களே.. மிகச் சரியான நேரத்திற்கு வந்துள்ளீர்-கள்.. நம் வீட்டில் மாட்டுப் பொங்கல் தான் களைகட்டும்".

"சொல்லுங்கள் மாறன்.. தலைமை தளபதியாக பெரும் பொறுப்பைச் சுமக்கும் உங்களால் பொங்கல் தினத்தை குடும்பத்துடன் சந்தோஷமாக கொண்டாட முடிகிறதா?"

"சிறு வயதிலிருந்தே பொங்கல் என்றால் எனக்கது மாபெரும் திருவிழா தான்.. என் உணர்வோடும் உணவோடும் உடலோடும் உயிராகக் கலந்திருக்கும் தமிழோடுப் பிணைந்-திருப்பது பொங்கல் விழா.. எல்லாவித ஏற்றத் தாழ்வுகளையும் கடந்த சமத்துவ விழா. அதுமட்டுமல்ல நான் சிறுவனாக இருக்கும்போது படிக்கும் நேரம் தவிர மற்ற நேரங்களில் விளையாட்டு மைதானத்தில் தான் அதிக நேரம் செலவிடுவேன். இன்று முப்படைத் தளப-தியாக இருப்பதற்கு நான் அன்று விளையாடியதும் அவ்விளையாட்டுகள் எனக்கு கற்றுத் தந்த கண்டிப்பான ஒழுக்கமும் மிக முக்கிய காரணங்களென்று சொல்லுவேன்"

"அருமை அருமை.. அப்போ பொங்கல் விழா மேல இவ்ளோ ஈடுபாடு கொண்ட நீங்-களே சொல்லுங்க..பொங்கலென்றால் உங்கள் நினைவிற்கு வருவது என்ன?..பொங்கலை எப்படி கொண்டாடுவீர்கள்?".

"பொங்கலென்றால்..." சற்று இழுத்து.. தளபதி மாறன் பேசத் துவங்குகிறார். முதல் நாள் போகிப் பண்டிகை. வீடு வாசலை சாணம் தெளித்து சுத்தம் செய்வோம். நல்ல நேரம் பார்த்து அப்பா வேப்பந்தழை, ஆவாரம் பூ மற்றும் பூளைப்பூ தழைகளை கொத்துக் கொத்தாகச் சேர்த்து வீட்டின் நான்கு மூலைகளிலும் வைப்பார். வேம்பு மிகச் சிறந்த மருத்துவ பயன்-

களை உடையது. பூளைப்பூ வரகரிசிச் சோறு போல இருக்கும். வீசும் காற்றில் உதிராமல் போராடும் குணத்தைக் கொண்டது பூளைப்பூ. 'ஆவாரை பூத்திருக்க சாவோரைக் கண்ட-துண்டோ?' என்னும் வாக்கியத்திற்கு ஏற்ப மார்கழி பனி முடிந்து உஷ்ணம் உடலில் நோய்-களை உண்டாக்காமலிருக்க ஆவாரம் பூ உதவுகிறது. சில வீடுகளில் மாவிலை, பிரண்டை, தும்பை போன்ற இலை தழைகளையும் காப்பு கட்டப் பயன்படுத்துவர். இவையனைத்துமே கிருமிநாசினிகளாகப் பயன்படும். பிறகு 'பழையன கழிதலும் புதியன புகுதலும்' என்ற சொல்-லிற்கேற்ப மறுசுழற்சி செய்ய முடியாத மீண்டும் பயன்படுத்த முடியாத பொருட்களை மட்டும் பிரித்து வைப்போம். எதையும் தீயிலிட்டு வீண் செய்ய என் தந்தை அனுமதிக்க மாட்டார். பின் மாரியம்மனுக்கு பொங்கல் வைத்து வழிபடுவர். புது வண்ணம் பூசிய வீட்டில் மார்கழியும் போகியும் இனிதே நிறைவடைந்தப் பின் பிறக்கும் தை.

"தை பிறந்தால் வழி பிறக்கும்" என்ற பெரியோர் மொழியை மனதார அனுபவித்தவன் நான். கதிரவன் பொங்கலன்று காலை எழுந்து கிழக்கே உதிக்கும் தலைவனை தலை நிமிர்ந்து வணங்கிட ஏற்பாடுகள் நடக்கும். அம்மா பச்சரிசி, வெல்லம், ஏலக்காய், நெய்யில் வருத்தெடுத்த முந்திரி, திராட்சை போட்டு பொங்கல் வைப்பார்கள். நானும் அப்பாவும் கடைவீதிக்குச் சென்று கரும்பு, மஞ்சள் கொத்து, தேங்காய், வாழை மற்றும் பூஜை சமான்-களை வாங்கி வருவோம். கதிரவனுக்கு நன்றி கூறி பொங்கலிட்டு கரும்பு, மஞ்சள் கொத்து வைத்து வழிபடுவோம். அதற்கே மணி பத்தாகிவிடும். தொலைக்காட்சியில் பட்டிமன்றம் பார்த்தவாறே சர்க்கரைப் பொங்கலை ருசிப்போம். மதியம் நண்பர்கள் வருவார்கள். அவர்க-ளுடன் சேர்ந்து அன்று வெளியான திரைப்படத்தைக் காண கூட்டத்தைப் பிளந்து கொண்டு திரையரங்கினுள் சென்று படத்திற்கு வாங்கிய டிக்கெட்டைக் கிழித்து ஆரவாரம் செய்வோம்.

சிரித்தபடியே மதிவதனி-டவுன் பொங்கல் தானே இது.

ஆமாம், அதே சமயம் நம் தோட்டத்தில் தாத்தாவும் பாட்டியும் விடியற்காலையிலேயே வழக்கம் போல் எழுந்து கிழக்கு நோக்கி விறகடுப்பில் பொங்கல் வைத்து சுற்றி கரும்பு கட்டி வண்ணமயமாக கோலமிட்டு வீட்டிற்கு சுண்ணாம்பு பூசி மண் பானையில் பொங்கல் பெருகி வர

"பொங்கலோ பொங்கல்.. பொங்கலோ பொங்கல்.."

என்று உள்ளம் குளிர உரக்கச் சொல்லி ஐம்பெரும் பஞ்ச பூதங்களின் சார்பாக ஆதவனைக்
கை கூப்பி வணங்கி வயலில் பயிர் செழித்து வளர வேண்டியும் வளர்ந்த பயிரை வளம்

குன்றாமல் அறுவடை செய்தமைக்கு நன்றி கூறியும் வழிபடுவர். அக்கம் பக்கத்தோரிடம் இனிப்புகளைப் பரிமாறிக் கொண்டு "பால் பொங்கிடிச்சா?!!.." என்று அன்போடு விசாரித்து வாழ்த்துச் சொல்லுவார்கள்.

மாறன் சொல்வதைக் கேட்டுக் கொண்டிருந்த மதிவதனி இப்போது தான் கிராமத்து சாயல் வீசுகிறது என்கிறாள். தளபதி மாறன் மதிவதனியை அருகிலிருக்கும் தன் தோட்-டத்திற்கு அழைத்துச் சென்றார். தோட்டத்தின் முகப்பில் இடது பக்கம் கிணறும் வலது பக்கம் மாட்டுக் கொட்டகையும் முன்னே களத்தில் மாறனின் உறவினர்களும் வாய் நிறைய வரவேற்க வலப் பக்கத்திலிருந்து வாத்துக் கூட்டம் இடப்பக்கம் ஓட, ஊஞ்ச மரத்தின் மேலுள்ள புறாக்கள் பாட, குட்டி ஆடுகள் குதித்து ஆட, அமர்ந்திருந்த மாடுகள் அசை போட, அங்கிருந்த நாய் குட்டிகள் ஆரவாரமாக அன்புடன் மாறனை சூழ மனம் குளிர்ந்த மதிவதனி வியப்பில் நிற்கிறாள்.

சற்று பொறுங்கள் என்று சீறுடையுடன் வீட்டிற்குள் சென்ற மாறன் கைலியுடன் வெளி-யில் வந்ததைக் கண்ட அதிர்ச்சி தீரும் முன் மாட்டைக் குளிப்பாட்டச் செல்லுவோமா என்று மதிவதனியிடம் கேட்கிறார். கொஞ்ச நேரத்திற்கு முன்னர் விண்வெளி உடை அணிந்தி-ருந்தீர்களே என்று கூறி முழிக்கிறாள். மாறன் தன்னுடைய உறவுகளை அறிமுகம் செய்து வைக்கிறார். இளநீரும் மோரும் பருகிய பின் மதிவதனி மாறனுடன் பம்புசெட்டிற்குச் செல்-லும் வழியில் குச்சிக் கிழங்கும் பச்சைக் கடலையும் மாறன் பறித்துத் தர ருசித்துக் கொண்டே வயக்காட்டில் பயிர்களைப் பார்த்தபடி மெல்ல மெல்ல நகர்ந்து சென்றார்கள்.

பின்னாலேயே மாறனின் அப்பா, சித்தப்பா, மாமாக்கள் மற்றும் அண்ணன் தம்பிகள் ஆடு மாடுகளை ஓட்டி வந்தனர். வீட்டிலிருந்து ஐந்து வயல்கள் தள்ளி இன்னொரு கிணறு உள்ளது. அதனருகில் தான் பம்புசெட்டும் உள்ளது. அதன் முன் வரிசை கட்டி நிற்கும் தென்னைகளும் அதற்கு அரண் போல மாறனின் தாத்தா கட்டிய கல்லுக் கட்டும் வழி நெடுகில் கலை நயத்துடன் கம்பீரமாக காட்சியளிக்கிறது. இன்றுவரை அவ்வூரிலேயே மிக நீளமான கல்லுக் கட்டு மாறனின் தாத்தா மாரி கட்டியது தான். மாடுகளை ஒவ்வொரு மரத்திலும் கட்டினர். முதல் குவளை தண்ணீரை மாட்டின் முதுகில் தெளிக்க குளிரில் சிலிர்த்த தோல் கூச்சத்தில் சிறிய நடனமாடியது. கை நிறைய வைக்கோலை எடுத்து மாட்-டின் உடல் முழுவதும் தேய்த்து அழுக்கு, உண்ணி, வாலின் நுனியில் வாழ்க்கை நடத்தும் ஈர் பேன் போன்றவைகளை அகற்றி சுத்தம் செய்தனர். நான் சிறுவனாக இருக்கும் போது அருகிலுள்ள ஓடைக்கு மாடுகளை ஓட்டிச் சென்று நீராட்டுவோம். இப்போது ஓடையில் நீராட்டவோ மனிதர்கள் வீட்டு விலங்குகளை குளிப்பாட்டவோ தேவையில்லை. அதற்கான செயற்கை நுண்ணறிவு(ARTIFICIAL INTELLIGENCE) நிறைய இயந்திரச் சந்தையில் உள்ளது. நானும் பொங்கலன்றி ஊருக்கு வருவதில்லை.. திரும்பிப் பார்க்க நேரம் ஒதுக்-காமல் ஓடிக் கொண்டிருக்கிறேன். அதனால் மற்ற நேரங்களில் திட்டமிடப்பட்ட செயற்கை நுண்ணறிவு(PROGRAMMED AI) தான் மாடுகளை கவனித்துக் கொள்ளும். நாம் இன்று அறிவியலில் இவ்வளவு வளர்ச்சி அடைந்து கொண்டிருப்பதற்கு அவைகளும் ஒரு கார-ணம் என்பதால் மாட்டு பொங்கலன்று மாடு ஆடு மற்றும் யானைகளுடன் நாம் நேரடித் தொடர்பில் இருப்பதை விரும்புகிறேன் என்று கூறினார் மாறன், ஈரம் காய்வதற்குள் மாட்-டின் மீது வண்ணங்களைத் தூவினர். மாட்டின் திமிலுக்கு மட்டும் குங்குமம் போடப்பட்-

டது. இவர்கள் மாடுகளை கொட்டகைக்கு ஒட்டிச் சென்று பார்த்தால் அங்கே மாறனின் தாத்தா வழிபாட்டிற்கான ஏற்பாடுகளை தனியாக செய்து கொண்டிருந்தார். கயிற்றில் வண்-ணக் காகிதங்களைப் பசை தடவி வரிசையாக வைத்து ஒட்டி களத்தின் மையத்திலிருந்து மேலே வட்டமிட்டு வானவில் திட்டமிட்டுச் சுற்றி நிற்பது போல கட்டியிருந்தது கண்களைச் சுற்றியுமிருந்தது. மாட்டுக் கொட்டகை முழுவதும் சுத்தம் செய்யப்பட்டிருந்தது. கிணற்றின் அருகில் சாணம் கொண்டு ஐந்திரண்டு சிறிய குளங்கள் கட்டி ஒவ்வொரு இணைப்பிலும் பிள்ளையார் பிடித்து அதன் மேல் அருகம்புல்லும் ஊதுபத்தியும் வைக்கப்பட்டிருந்தது. குளத்-தின் இரு பக்கவாட்டிலும் இரு கடப்பாரைகள் நட்டு அதனுடன் கரும்பு, வேப்பங் கொம்பு, வளர்ச்சியைப் பறைசாற்றும் மூங்கில் குச்சி ஆகிய மூன்றும் உயர்ந்து நிற்க ஒன்றாக கட்-டப்பட்டிருந்தது. கயிற்றில் வேம்பு, மஞ்சள் கொம்பு, ஆவாரம் பூ, பூளப் பூ ஆகியவை-கள் தோரணம் போல் கட்டப்பட்டுக் கீழ் நோக்கி இருந்தது. இவ்வேலைகள் அனைத்தையும் மாறனின் தாத்தா தனியொருவராக முடித்திருந்தார். கோலாகலமாக கோலங்கள் போடப்பட்டு வண்ணங்கள் தீட்டப்பட்டிருந்தது. அதனுடன் பொங்கல் வைத்து சமையலையும் முடித்திருந்-தனர் வீட்டுப் பெண்கள்.

"அதற்குள் இவ்வளவு மாற்றமா?.. கோயில் திருவிழாவில் இருப்பது போல இருக்கி-றதே!"-மதிவதனி.

உழவு மாடுகளுக்கும் பால் மாடுகளுக்கும் கொம்பு சீவி வண்ணங்கள் பூசப்பட்டது. பழைய கயிறுகள் அகற்றப்பட்டு மாடுகளுக்கு மூக்கனாங் கயிறு, தலைக் கயிறு, நெற்றிக் கயிறு, கழுத்து கயிறு புதிதாக மாற்றப்பட்டது. நெற்றியில் குஞ்சம் வைத்து கொம்பில் கொப்பி கட்டி சலங்கைச் சங்கிலியை கழுத்தில் மாட்டிய பின் கம்பீரமான கதாநாயகனாக கதாநாய-கியாக நின்றன மாடுகள். ஆடுகளுக்கும் புதிதாக கயிறுகள் மாற்றப்பட்டன.

"எல்லாரு வாங்க.."-மாறனின் தாத்தா.

வீட்டிலுள்ள அனைவரும் இணைந்து ஏற்கனவே கட்டி வைத்திருந்த தோரணத்தை தூக்கி எடுத்து கரும்பு, வேம்பு, மூங்கில் குச்சியுடன் கட்டுவார்கள். கட்டிய பிறகு அதேபோல அனைவரும் ஒவ்வொருவராக சாணத்தால் செய்து வைக்கப் பட்ட குளத்தில் பாலும் கஞ்-சியும் ஊத்துவார்கள். இம்முறை பூமியிலிருந்து வந்திருந்த மதியும் குடும்பத்தினராக இருந்து இச்சடங்குகளைச் செய்தாள். பொங்கல், பொரியல், அவியல், துவையல், பலகாரங்கள், கூட்டு, காட்டில் விளைந்த காய் கனிகள், கீரைகள், உழவிற்கு பயன்படுத்தப்படும் கருவி-கள் முதலியவற்றை வைத்து முன்னோர்களை நினைத்து வழிபாடு துவங்கியது. சாம்பிராணி மணம் வீச, கற்பூரங்கள் தீபத்தோடு கலந்து மணியோசை வளர்ந்து குரலோசை ஒங்குகிறது

"பொங்கலோ பொங்க.. பொழியோ பொழி...

பொங்கலோ பொங்க.. பொழியோ பொழி..."

என்று பொழி கூவியபடியே மாடுகளுக்கும் ஆடுகளுக்கும் யானைகளுக்கும் கை கழுவி வாய் கழுவி பொங்கல் ஊட்டப்பட்டது. அனைவரும் வயிரார உண்டு கரும்பு கடிக்க ஆரம்-பித்து மகிழ்ச்சியுடன் பேசிக் கொண்டிருக்க மதிவதனி மீண்டும் தொடர்கிறாள்.

"என் வாழ்வில் மறக்க முடியாத நாட்களில் மிக முக்கியமான நாளிது..

'மாடு கட்டி போரடித்தால் மாளாது செந்நெல்லென்று

ஆனை கட்டி போரடிக்கும் அழகான தென்மதுரை'

என்று படித்ததை பூமி 2.0வில் ஒவ்வொரு வயலிலும் பார்க்கிறேன். நாளை பற்றி சொல்-லுங்கள் மாறன்"-மதிவதனி.

"காணும் பொங்கலன்று காலை அலங்கரிக்கப்பட்ட நம் மாடுகளை அணைத்துக் கொண்டு ஊராருடன் சேர்ந்து ஊர்வலம் செல்வோம். உழவர் திருநாளான அன்று உழவர்-களுக்கு நன்றியுரைப்போம். ஏறு தழுவுதல், எருது கட்டு, உரியடித்தல், வழுக்கு மரமேறுதல் போன்ற விளையாட்டுகளை விளையாடி கண்டு களிப்போம். அப்படியெல்லாம் விளையாட ஆரம்பித்துதான் இன்று இந்த பதவியில் இருக்கிறேன். அந்தியில் ஊர்மக்கள் அனைவரும் ஒன்றாக ஒரே இடத்தில் சமத்துவப் பொங்கல் வைத்து சமதர்மம் காப்போம்".

"சிறப்பு.."

"சரி.. பூமியில் உங்களால் மறக்க முடியாத பொங்கல் அனுபவமிருந்தால் எங்களுடன் பகிர்ந்து கொள்ளுங்கள் மதிவதனி."

"...ம்ம்.... மெரினா புரட்சி.. ஜல்லிக்கட்டிற்காக போராட்டம் நடந்து கொண்டிருந்த போது நான் கல்லூரி இறுதியாண்டு படித்துக் கொண்டிருந்தேன். அப்போது போராட்டக் களத்தில் நண்பர்களுடன் இருந்தேன்.. அங்கே என் நண்பனின் அண்ணனும் அவரது நண்பர்களும் வேறு ஊரிலிருந்து வந்திருந்தனர்.. அவர் என்னிடம் கூறியதாவது

'மதி.. நம்ம உரிமை ஜல்லிக்கட்டுக்காக லட்சக்கணக்கான ஜனங்க இங்க வந்து நிக்கறாங்க.. பாக்கவே துடிப்பாருக்கு,, ஆனா எங்கள போல தாழ்த்தப்பட்டவங்க ஜாதி இந்துக்களோட மாட்ட ஜல்லி விடக்குள்ள தொடவே கூடாது.. இதெல்லா இருந்துங் கூட நா இங்க வந்து நிக்க காரணோ நாம எல்லாரு தமிழர்கள் அப்டினு நினைக்கறதாலதாப்பா'.

அவர் அன்று சொன்னது என்னுள் நிறைய மாற்றங்களை ஏற்படுத்தியது"

"பூமியில் சாதி இன்னும் இருக்க என்ன காரணமென்று நினைக்கிறீர்கள் மதிவதனி?"

"வேறென்ன. அவரவர் மனதிலிருக்கும் ஆசையும் அறியாமையும் தான். பூமி வாசிகளுக்கு தளபதியிடமிருந்து நல்ல அறிவுரையை எடுத்துச் செல்ல விரும்புகிறேன் மாறன்"

"நான் அறிவுரை கூற எதுவுமில்லை. எங்களுக்கு வழிகாட்டி அறிவுரை வழங்கியவரைப் பற்றி கூறுகிறேன். இன்று திருவள்ளுவர் தினம். வள்ளுவர் தான் எங்களுடைய முன்மாதிரி. எனக்கு என்ன வேண்டுமோ நான் அவரிடம் கேட்பேன். அவர் திருக்குறள் மூலமாக எனக்கு தெளிவூட்டுவார். அன்புடைமை, ஊக்கமுடைமை, உழவு இவை மூன்றும் எனக்கு மிகவும் பிடித்தமான அதிகாரங்கள். திருக்குறளை வாசித்து பின்பற்றுங்கள்.

கதிர்-அவன் ஒளி கொண்டு

காணி நிலத்தில் கூட விளையும்

கதிர் கவி'தை'..

கனவில் காத்திருந்த காலம் போய்

கண்முன்னே காட்சியாகக் காணும் காலம்

காணப் பிறந்தது 'தை'

அது பிறந்த'தை'!!

அனைவரும் அகம் மகிழ்ந்து

ஊக்கமும் ஆக்கமும் உலகறிய வளர வேண்டி வாழ்த்துகிறேன்..

பொங்கல் வாழ்த்துகள்!!.."

"மாறன்.. நீங்க... உங்க கவிதை என்ன ஆச்சரியப்படுத்துது!!"

"ஏன் மதிவதனி?"

"ஒரு போர்வீரனின் மனதில் அழகுணர்ச்சியின் அடித்தளமான கவிஞன் எப்படி தோன்றிட முடியும்? வாளும் எழுதுகோலும் இரு கண்களாக இருப்பது சாத்தியமா?"

"எந்த உலகத்தை மாற்றவும் கல்வி மிகப் பெரிய ஆயுதம் மதிவதனி. நான் நினைக்கிறேன் ஒரு மனிதனுக்கு மறுக்கப்படாத கல்வியும் வரலாற்று அறிவும் வானியல் அறிவும் உடன் அவருடைய தொன்மையான பாரம்பரியமும் இருந்தால் எதுவும் சாத்தியமே. ஏர் ஓட்டுபவரும் ஏரோபிளேன் ஓட்டலாம். அண்டத்தை உணரும் ரசிகனாகலாம்".

அன்பு ஒன்றுதான் ஆழமான உண்மை

அரண்மனையிலிருந்து தளபதி மாறனுக்கு அழைப்பு வந்தது. மதிவதனி பூமிக்கு செல்ல இன்னும் சில மணி நேரங்களில் பரவெளி அனுமான இணைப்பு/புழுத்துளை(WORMHOLE) தயாராகிவிடும் என்பதால் மதிவதனியை செந்தமிழ் விண்வெளி

ஆய்வு மையத்திற்கு அழைத்துச் செல்ல அரண்மனைக்கு வருமாறு தகவல் வந்திருந்தது.

"மதிவதனி.. நாம் அரண்மனைக்கு செல்ல வேண்டிய நேரம் வந்துவிட்டது"

"நான் பூமி 2.0வை ரொம்ப மிஸ் பண்ணுவேன் மாறன். நமக்கே நமக்குனு ஒரு தமிழ் கண்டம்! வந்தாரை வாழ வைக்கும் தமிழ் மண் என்று பெருமிதம் கொள்ளும் அளவிற்கு உலகெங்கிலும் இருந்து இங்கு குடியேறி தமிழை கற்று நேசித்து உழைத்து வாழும் உலக மக்கள். அன்பும், அறிவியலும், கல் தோன்றி மண் தோன்றாக் காலத்தே வாளொடு முன்-தோன்றிய மூத்தகுடியின் நாகரிகமும் ஒன்று சேர காட்சி தருகிறது நம் மாபெரும் தமிழ் சாம்ராஜ்ஜியம்!! உடம்பெல்லாம் சிலிர்க்குது.."

"வருந்த வேண்டாம் மதிவதனி. பூமியில் புதைந்து கடலுக்கடியில் உறங்கிக் கொண்டி-ருக்கும் நம் நாவலன் தீவு ஒருநாள் கண் விழிக்கும்"

மாறனும் மதிவதனியும் அரண்மனையை வந்தடைந்தனர். என்ன ஒரு நவீன மயமாக்-கப்பட்ட பிரம்மாண்ட கட்டிடங்கள் என்று கூறியவாறே சற்று பதைபதைத்தாள் மதிவதனி.

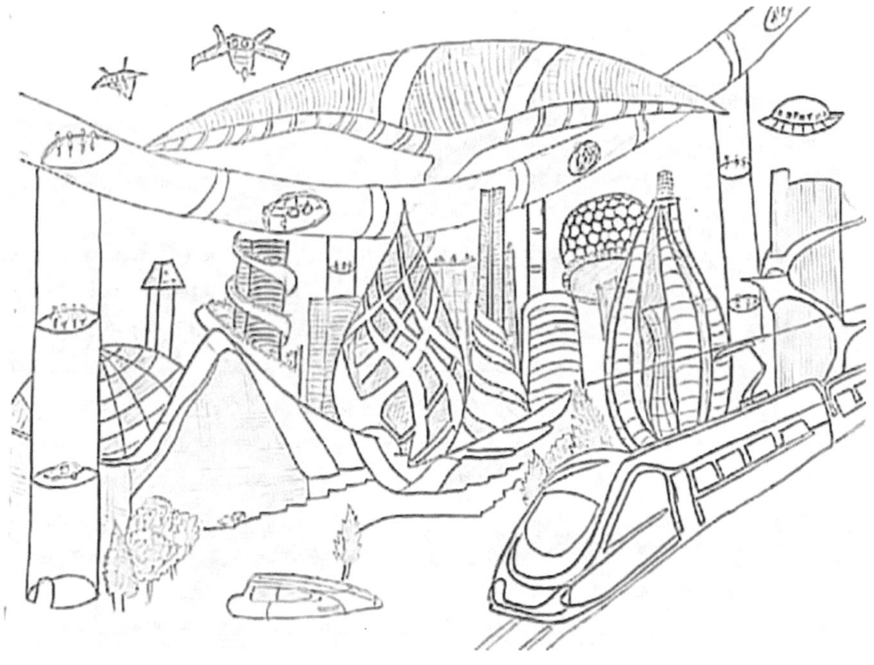

"புலிய கொடில வச்சிருப்பிங்கனு பாத்தா இப்டி கூடவே வச்சிருக்கிங்களே மாறன். இதனால் அரண்மனையில் அசம்பாவிதம் எதுவும் ஏற்படாதா?" — அச்சத்துடன் மதிவதனி.

"ஹா ஹா.. புலிகள் நன்கு பயிற்சி பெற்ற போர் வீரர்கள் மதிவதனி. யாளிகளை சில சமயங்களில் கட்டுக்குள் கொண்ட வர புலிகள் கலத்தில் பாயும். இங்கிருக்கும் ஒவ்வொரு

புலியும் தான் ஒரு வீரன் என்பதை ஓய்வு பெற்ற பிறகும் மறக்காது. புலிக்கொடி வேந்தர்களின் கட்டுப்பாட்டிற்குள் பயிற்சி பெறுவதால் புலிப்படையில் ஒழுக்கம் ஓங்கி நிற்கும்"

"மற்ற உலகங்களிலிருந்து வரும் தமிழர்கள் என்ன சொல்கிறார்கள் மாறன்?"

"இதுவரை சுமார் நூற்றுக்கணக்கான உலகங்களைத் தான் தொடர்பு கொள்ள முடிந்தது மதிவதனி. ஆனால் எந்த உலகிலும் தமிழ் அழியவில்லை. அதற்கான வாய்ப்புகளும் துளி கூட இல்லை. வீழ்வது நாமாயினும் வாழ்வது தமிழாக இருக்க வேண்டும்"

"ஆமாம் தளபதி, தமிழறென்றோர் இனமுண்டு தனியே அவர்க்கோர் குணமுண்டு என்பது முடிவற்ற எத்தனை பிரபஞ்சங்களிலும் முடிவான ஒன்றுதானே. வீழ்வது நாமாயினும் வாழ்வது தமிழாகட்டும். நப்போல் வளை என்று ஒளவையார் கூறியது போல் நம்மைச் சார்ந்தவர்களை காப்பது நம் கடமையாகும்"

தளபதி மாறன் மதிவதனியை அரண்மனைக்குள் அழைத்துச் சென்றார். அங்கே அனைவரும் மதிவதனியை வழியனுப்பி வைக்க காத்துக் கொண்டிருந்தனர். மதிவதனிக்கு பரிசாக எதிர்காலத்திற்கு தேவைப்படும் முக்கிய விஷயங்களை அடக்கிய செயற்கை நுண்ணறிவு இயந்திர மனிதனை சட்டைப் பையில் வைக்க ஏதுவாக சுருக்கி தந்தனர். அரசி செவ்விழி, மதிவதனி, மகாமந்திரி மற்றும் தளபதி நால்வரும் விண்கலத்தில் செந்தமிழ் விண்வெளி ஆய்வு மையத்தை சென்றடைந்தனர். மதிவதனி விடைபெறும் நேரம் வந்தது.

"இந்த நாளையும், உங்களையும் தமிழ் கண்டத்தையும் மறக்க மாட்டேன். இப்படியொரு வருகையை வழங்கியதற்காக உங்கள் அனைவருக்கும் என்னுடைய மனமார்ந்த நன்றிகள்"

"சற்று பொறு மதி. உனக்காக எங்களுடைய பரிசு" — அரசி செவ்விழி

என்னவென்று எட்டிப் பார்த்தாள் மதிவதனி. மூன்று பேர் விண்வெளி உடையணிந்தவாறு மிதந்து வந்து கொண்டிருந்தனர். அவர்கள் யாரென்று அவளுக்குத் தெரியவில்லை. அவர்கள் அருகில் வர வர செயற்கை புவிஈர்ப்பு செயல்படுத்தப்பட்டது. அவர்கள் நடந்து வந்தவாறு விண்வெளி உடையின் தலைக்கவசத்தை அகற்றினர். முதலில் தெரிந்த முகம் மதிவதனியின் தந்தை எர்வினின் முகம். அவள் வாயடைத்துப் போனாள். இரண்டாவதாக தென்பட்ட முகம் அவளுடைய காதலன் சந்துருவின் முகம். அவளுக்கு என்ன நடக்கிறதென்றே புரியவில்லை. மதிவதனி தன் தந்தையையும் காதலனையும் கட்டித் தழுவி கண்ணீர் சிந்தினாள்.

அரசி செவ்விழி — இந்த உலகத்தில் அவர்களிருவரும் அன்று விண்கலத்தில் செல்லவில்லை மதி.

மதிவதனிக்கு என்ன சொல்வதென்றே தெரியவில்லை. இத்தனையும் கவனித்துக் கொண்டு ஆடாமல் அசையாமலிருந்த அந்த மூன்றாவது விண்வெளி வீரர் தன் கவசத்தை அகற்றினார். அதற்குள் இன்னொரு மதிவதனி(2.0)

மதிவதனியும் மதிவதனி 2.0வும் ஒருவரையொருவர் நேருக்கு நேர் சந்தித்துக் கொண்டனர்.

மதிவதனி — நான் பார்ப்பது என்னைப் போல் ஒருவளையல்ல, என்னைத்தான் என்பதை நம்பமுடியவில்லை!!

மதிவதனி 2.0 — உணர்ச்சி மிகுதியால் நீ அறிவியலை மறந்து விட்டாய்.

மதிவதனிக்கு இப்போது தான் நிம்மதியாக உள்ளது. இவ்வுலகில் அவளுக்கும்(மதிவதனி 2.0) அவளது காதலனுக்கும் திருமணம் முடிந்திருந்தது. பூமியில் இழந்தவைகளை பூமி 2.0 மதிவதனிக்கு வாரி வழங்கியிருந்தது.

பெரும் நிம்மதியுடனும் தன் தந்தை மற்றும் காதலனை கண்ட சந்தோஷத்துடனும் தான் விரும்பியது போல் திருமணமாகிவிட்டது என்ற திருப்தியுடனும் மதிவதனி தமிழ் கண்டம் கொண்ட பூமி 2.0வில் இருந்து புழுத்துளை வழியாக பூமிக்கு புறப்பட்டாள்.

பூமியில் அவளது பயண அனுபவத்தை தெரிந்து கொள்ள ஆவலுடனும் வயோதி-கத்துடனும் காத்துக் கொண்டிருந்தார் ஸ்டிபன். மதிவதனி பூமிக்கு வருவதற்குள் ஸ்டிபன் பல ஆண்டுகளுக்கு முன்னர் விண்வெளிக்கு அனுப்பிய சமிக்ஞைக்கு பதில் வந்திருந்தது. அந்த பதில் பெரும் குழப்பத்தை உண்டாக்கியது. ஏன் இப்படிப்பட்ட பதில்? அதுவும் ஒரே வார்த்தையில் என்று ஸ்டிபன் ஆழமாக சிந்தித்தார். கண்டிப்பாக அது பூமி 2.0 வில் இருந்தோ வேறு இணை பிரபஞ்சத்திலிருந்தோ வந்த பதில் அல்ல. அதைக் காட்-டிலும் மிக குறைந்த தொலைவிலிருந்து வந்திருந்தது, நமது பிரபஞ்சத்திற்குள் எங்கிருந்-தோதான் அந்த பதில் சமிக்ஞை தம்மை வந்தடைந்தது என்பதை ஸ்டிபன் கண்டறிந்-தார். அப்படியென்றால் அந்த ஒற்றை வார்த்தை பதிலை அனுப்பியது வேற்றுகிரகவா-சிகளா?(ALIENS/EXTRATERRISTRIAL LIFE) நம்மை காட்டிலும் அதிஅறிவார்ந்த ஜீவன்களாக(EXTRATERRISTRIAL INTELLIGENCE) இருந்து நமக்கது ஆபத்தாகி-விட்டால்?! அப்படி ஸ்டிபனை வந்தடைந்தது என்ன பதில்?

<இணை பிரபஞ்சத்தில் தென்புலத்தார் பாகம்-2 தொடரும்...

குழு

• 25 •

- ரேஷ்மா பஷீர்
- விஜய் ஷெடாக்
- பிரவின் தணிகை